நதி
தொலைந்த
கதை

கண்ணன்

வேரல்
புக்ஸ்

வேரல் புக்ஸ் வெளியீட்டு எண்: 85

நதி தொலைந்த கதை * கண்ணன்© * கவிதைகள் *
முதல் பதிப்பு: அக்டோபர் 2023 * பக்கங்கள்: 96 *
வேரல் புக்ஸ் * 6, இரண்டாவது தளம், காவேரி தெரு, சாலிகிராமம், சென்னை – 600093 *
மின்னஞ்சல்: veralbooks2021@gmail.com * தொலைபேசி: 9578764322 *
அட்டை வடிவமைப்பு: லார்க் பாஸ்கரன் * லேஅவுட்: சந்தோஷ் கொளஞ்சி

Nadhi Tholaintha Kathai * Kannan© * Poems *
First Edition: October 2023 * Pages: 96 *
Veral Books * No: 6, 2nd Floor, Kaveri Street, Saligramam, Chennai – 600093 *
Email ID: veralbooks2021@gmail.com * Phone: 9578764322 *
Wrapper Designed by: Lark Bhaskaran * Layout Designed by: Santhosh kolanji

Rs. 130

ISBN: 978-81-966624-3-1

திட்டிக்கொண்டே,
புத்தகங்களைப் படிக்க அனுமதித்த
தந்தை விஸ்வகாந்தி,
தாய் செண்பகவள்ளி
இருவருக்கும்

வாழ்விலிருந்து கவிதையில் பரவுகிற நிழல்

சமகாலக் கவிதை விமர்சகர்களுள் முக்கியமானவர் ஸ்டெபானி பர்ட். ஹார்வர்டு பல்கலைக்கழகத்தில் பேராசிரியராகப் பணியாற்றுபவர். இன்ஸ்ட்ராமில் கவிதைகள் வாசிக்கும் காலத்தில், இவர் எழுதிய நூலொன்றின் தலைப்பு, ‘ Don’t Read Poetry: A Book About How to Read Poems’. இவர் எழுதிய நீள்வட்டக் கவிதை (elliptical poetry) எனும் கட்டுரை ஒன்றை வாசித்துக் கொண்டிருந்த வேளை, நண்பர் கண்ணன் வெளிவர இருக்கும் தனது ‘நதி தொலைந்த கதை’ தொகுப்புக் கவிதைகளை அனுப்பி வைத்திருந்தார்.

கடந்த முப்பது ஆண்டுகளாக நவீன விருட்சம், நடுகல், செந்தூரம் , புரவி எனச் சிற்றிதழ்கள் வாயிலாகவும், சமீபகாலமாக முகநூலிலும் கவிதைகள் எழுதிவருபவர் கண்ணன். சேலம் தாரமங்கலத்தைச் சேர்ந்தவர். பன்னாட்டு நிறுவனத்தில் பணியென்றாலும் வாழ்வின் வேர்களைத்தேட கவிதையோடு தொடர்ந்து பயணிப்பவர். இந்தக் கவித்தேடலே எங்களை இணைத்த புள்ளி. கண்ணன் அனுப்பியிருந்த கவிதைகளுள் ஒன்றின் தலைப்பு, மீள் வட்டப்பாதை. நீள்வட்டக் கவிதைகளில் தகவல் சுமை பற்றி ஸ்டெபானி பர்ட் குறிப்பிடுகிறார். நல்லவேளை, தனது கவிதைகளில் அப்படித் தகவல் சுமைகள் இல்லாமல் பார்த்துக் கொள்கிறார் கண்ணன்.

இதை ஏன் குறிப்பிடுகிறேன் என்றால் கவிதை என்பது உண்மையைப் பேசுகிற ஊடகம் அன்று. அது உண்மையைத் தேடுகிற ஒரு பாதை. சி. டே லூயிஸ் எனும் ஆங்கிலோ—ஐரிஷ் கவிஞர் இதை மிகவும் தெளிவாக வரையறை செய்கிறார். ‘என் மனதில் ஏற்கனவே தெளிவாக இருக்கும் ஒன்றை எழுத நான் என் மேசையில் அமரவில்லை. என் மனதில் ஒரு விசயம் தெளிவாக இருந்திருந்தால், அதைப் பற்றி எழுதுவதற்கு எந்த ஊக்கமும் தேவையில்லை. நாம் எழுதுவது புரிந்துகொள்ளப்படுவதற்காக

அல்ல. ஏதோ ஒன்றை நாம் புரிந்துகொள்வதற்காகவே எழுதுகிறோம்.'

கண்ணன் கவிதை எழுதுவதன் வழியாகத் தன் உறவுகளை, கழிந்த வாழ்வை, அதன் பொருளை அறிவதன் நிமித்தமே எழுதுகிறார். அவரது மொழியில் கூறுவதாயின்,

'ஏதோவொரு புத்தகம்
ஏதோவொரு இடம்
ஏதோவொரு ஓவியம்
பார்க்கையில்
கேட்கையில்
தொடுகையில்
உள்ளுக்குள்
உடைப்பெடுக்கிறது'

அந்த ஏதோவொன்றைக் கண்ணன் தேடிக்கொண்டே இருக்கிறார். மகள் வகுப்பறையின் கடைசி பெஞ்ச், அப்பாவைக் கடிந்து சொன்ன வார்த்தை, வெட்டப்படும் செண்பக மரம், இப்படி ஏதோ ஒன்றில் அவர் உடைகிறார். படிப்பவர்களையும் உடைந்து கசிய வைக்கிறார். கண்ணீர்தான் நம்மை மனிதர் என்று நமக்கே ஞாபகப்படுத்துகிற சாதனம்.

'வாழ்க்கை என்பது நடக்காத ஒன்றிற்கான நீண்ட தயாரிப்பு!' என்கிறார் WB யீட்ஸ். கடைசிவரை நம் விரும்பியவைகள் பெரும்பாலும் நடக்காமலேயே போய்விடுகின்றன. ஒருவேளை அவை நடந்திருந்தால் இந்த வாழ்வு இத்தனை சுவாரஸ்யமாக இருந்திருக்குமா? தெரியாது. நிறைவேறாததன் சுவை கண்ணனிடமும் இருக்கிறது. நிறைவேறாமையின் நல்லொளிதான் நம்மைக் கடவுளின் புனித இருளிலிருந்து காப்பாற்றி வந்திருக்கிறது.

அப்பாவுக்குப் பிடித்த பிள்ளையாக நாம் இருந்ததில்லை. நம் மனதுக்கு நெருங்கிய உறவுகள் பாதிவாழ்வில் தொங்கிய உத்திரமாக, கண்ணன் இவ்வாழ்வைக் காட்டும்போது சற்று அச்சமாகவே இருக்கிறது. 'வாழ்வது என்பதே ஒவ்வொரு நொடியும் ஏதோ ஒரு குறையோடு இருப்பதுதான்' என்றவர் பால் வெலரி. இந்தக் குறையை பௌதீகமாகவும் கண்ணன் காட்டுகிறார்.

குறையோடிருக்கும் நமது மனம், நமது அன்பு, நமது துக்கம், நமது நதி, நமது கடல், நமது மலை, நமது வெறுப்பு, நமது லட்சியம் என கண்ணனின் கவிதைகள் முழுவதும் மீண்டும் மீண்டும் பேசுவது, குறைபட்ட நம் நவீன வாழ்வை. உள்ளீடற்ற நம் வாழ்வுக்கு இக்கவிதைகள் எந்தவகையிலாவது பொருள் தரலாமா? எனப் பிரயத்தனம் செய்கின்றன.

மிக எளிமையான மொழியில் கவிதைகள் எழுதுகிறார் கண்ணன். கவிதைகளில் காணப்படுகிற ஏழு தெளிவின்மைகளை (ambiguity) அடையாளம் கண்டு கூறியிருப்பார் கவிதை விமர்சகர் வில்லியம் எப்சன். இந்தத் தெளிவின்வைமையின் நிழல் படிந்தவைதான் கண்ணன் கவிதைகளும். அது வாழ்விலிருந்து கவிதையில் பரவுகிற நிழல். அபாரமான அவரது எளிய மொழியால் இந்நிழல் நமக்கு மயக்கத்தை அளிக்காமல் குளிர்ச்சியைத் தருவதாக இருக்கிறது.

'பார்ப்பது என்றால் பார்க்கும் பொருளின் பெயரை மறப்பது.' என்கிறார் பால் வெலரி. பொருட்களின் அகத்தைக் காணவைத்து, நமது உளவிரிவைத் தூண்டும் கண்ணனை, வாசிப்பது இனிய அனுபவம்.

அவருக்கு நம் வாழ்த்துகள்.

அன்புடன்,
கரிகாலன்
பெரியார் நகர்
விருத்தாசலம்

மீள் வட்டப் பாதை

ஏதோவொரு இடம்
ஏதோவொரு புத்தகம்
ஏதோவொரு பாடல்
ஏதோவொரு ஓவியம்
பார்க்கையில் கேட்கையில்
தொடுகையில்
உள்ளுக்குள் உடைப்பெடுத்து
ஆழிப்பேரலையாய்
நினைவுகள் மேலெழுந்து
உடல் குலுங்கி விசும்பலுடன்
விழியோரம் கண்ணீர்
வழிந்தோட
கணத்தில் உறைந்து போய்
நிற்கின்ற தருணத்தில்
அருகிலிருப்பவர் 'என்ன ஆச்சு'
எனப் பதற
'ஒண்ணுமில்ல, கண்ணுல
தூசி' என்கிறீர்கள்
கண்களைத் துடைத்துக்கொண்டே

முகம் பொருத்துதல்

வெளியூர்ப் பயணத்தில்
பல முகங்கள்
சட்டென கடக்கும்
முகமொன்று ஈர்க்கிறது
கப்பலின் ரேடார் போல
கணினியின் தேடல் போல
நினைவிலிருந்து மேலெழும்
முகங்களைப் பொருத்திப்
பார்க்கிறீர்கள்
முகம் ஒன்று
முகம் இரண்டு
முகம் மூன்று
பளாரென்று அறைந்தது போல
சட்டென இடியொன்றுத்
தலையில் இறங்கியது போல
முகம் பொருத்திப் போகிறது
கன்னியாகுமரியில்
கரையோரம் ஒதுங்கிய
சின்ன அத்தையின்
முகத்துடன்
தேடல் உறைகிறது
அக்கணத்தில்

கோழிக்குஞ்சைக் கொன்றவன்

கையில் எடுத்துப் பார்க்க
ஏனோ பயம் இன்றுவரை
நெஞ்சம் படபடக்கும்
கால்களும் நடுநடுங்கும்
கோழியின் போன்சாய் உருவம்
உருட்டிப் பிசைந்து
உயிரூட்டப்பட்ட பஞ்சு மிட்டாய்
பத்து கிராம் பஞ்சுப் பொதி
அம்மாவின் கிளறலில்
தன் சின்ன அலகால்
இரைதேடிக் கொத்தும்
பயத்துடன் றெக்கை விரிப்பின்
விரைந்தோடி ஒளியும்
கதகதப்பில் அசந்து தூங்கி விடும்
பலமுறை தலை தூக்கி
மிடறு மிடறாய் நீர் குடிக்கும்
பிடித்த தீனியெனில்
தொண்டை பிதுங்கும்
பத்து பொறித்தால்
இரண்டுதான் மிஞ்சும்
கையில் எடுத்துப் பார்க்க
ஏனோ பயம் இன்றுவரை
ஆறாம் வகுப்பில்
வாசற்படியில் காலிடறிக்
கொன்ற கோழிக்குஞ்சின் நிறம்
கறுப்பென்றே ஞாபகம்

தொழில்

கடைசியெனத் தெரிந்தும்
கலந்து கொள்கிறேன்
காந்திக் கணக்கு எனத்
தெரிந்தும் சுழி போடுகிறேன்
சூதாட்டமெனத் தெரிந்தும்
பகடை உருட்டுகிறேன்
குருவிபோலச் சேர்த்ததை
அடிமாட்டு விலைக்கு
அள்ளிக்கொண்டு போவதை
நீரெல்லாம் வற்றிப்போய்
வறண்டு போன விழிகளுடன்
நீண்டநேரம் பார்த்தபடி
வெறுமனே நிற்கிறேன்
மீண்டும் மீண்டும்
முட்டி பெயர்ந்து
ரத்தம் வழியினும்
மண்ணள்ளிப் பூசிக்கொண்டு
பாழாய்ப்போன மனசு
மீண்டும் கேட்கும் அதே கேள்வியை
'அடுத்தது எப்போ?'

கறுப்பு வண்ணமடித்த இரும்புக் கதவுகள்

பிணவறை செல்வது இரண்டாம் முறை
விஷம் குடித்துச் செத்தான்
பங்காளிச் சித்தப்பன்
ஆளுயரக் கதவுகளின் பின்னால்
என்ன நடக்கிறதென்று
அனைவருக்கும் ஆர்வம்
வெகுநேரம் கழித்து
சீருடை அணிந்தவர் கதவு திறந்து
விட்டார்
காக்கிச்சட்டை அணிந்தவர்
இறந்தவரின் பையனை
அடையாளம் காட்டச்சொல்ல
காசுள்ளதும் இல்லாததும்
ஒன்றாய்க் கிடந்தது
குடல்முறுக்கி ஓங்கரிக்க
வெளியோடி வந்திட்டேன்
தூக்கி வந்து டேபிளில்
கிடத்திவிட்டு வெளிவந்தோம்
பொட்டலமாய் வெளிவந்தார்
சற்றே தாமதமாய்
மூன்று வாரங்களுக்கு
முன்புதான்
வெள்ளையும் சொள்ளையுமாய்
முழக்கமிட்டார் எங்களிடம்

'மத்தவங்களுக்காக நடிக்கப் பிடிக்காது
முடிசாயம் அடிப்பதில்லை'
இரண்டு பெற்றுக் கொடுத்தபின்
வீடு மறந்து சென்றவர்
பையனைக் கட்டி
அழுதுகொண்டிருந்தார்
கதவுகளின் முன்னால்
எவரேனும் தகவல் சொல்லி
இருக்கக் கூடும்
வாகனத்தை அனுப்பி விட்டு
வெளியே நடக்கையில்
முந்நாளை மேலே அனுப்பி விட்டு
இந்நாளுடன் இருசக்கர வாகனத்தில்
சடுதியாக ஏறி காணாமல்
போய்விட்டார்
மூணாம் நாளில் கரைத்த
அஸ்தியுடன்
சுழித்தோடிச் செல்கிறது
காலகாலமாக கூடுதுறையில் காவிரி

ஒத்தக் கொம்பு

பென்சில்
ஜெர்ரி
குட்டி பிரின்ஜால்
இன்னொரு பெயரை
ஏன் சொல்லவில்லையென
கோபித்துக் கொண்டு
குப்புறப் படுத்துக் கொண்டாள்
குட்டிப் பாப்பா
'ஒல்லிப்பிச்சான்'

மரண வாசனை

பினாயில் வாசனை நுரையீரல் நிரப்பும்
பிணவறை நாற்றத்தில் குடல்முறுக்கி ஓங்கரிக்கும்
எப்படிச் சொல்வேன் அம்மாவிடமென
அழுதுபுரண்டதும்
வந்தவருக்கெல்லாம் உணவிட்டவர் ஒரு வாய்
தண்ணிக்குக் கெஞ்சியதும் படமாய் ஓடும்
முகம் திருப்பிக்கொள்வேன் நடுங்கிடும் நெஞ்சுடன்
நடந்து உள்ளே சென்றவரை பொட்டலமாய்
பின்வாசல் வழியேத் துப்பிய மருத்துவமனையைக்
கடக்கையிலெல்லாம்

செவியுடையோர் கேட்கக் கடவது

பிள்ளைகளுக்கு இளநீர் 'விலை கம்மி இல்லையாம்மா?'
மடையொன்று திறந்தது: 'மரமேறும்போது
நெஞ்சுவலி ஆறு லட்சம் செலவு பண்ணி வூட்டுல
பொம்மையாட்டம் அவுரு'
'மூத்தவளக் கட்டிக் கொடுத்தது பக்கத்தூரு, இரண்டு
பசங்களுக்கும் கோழிக் கடை தாரமங்கலத்திலேயே,
சின்னவன் என்ஜினியரிங் முடிச்சு தொளசம்பட்டில
அவனுக்கும் ஒரு கால்கட்டு போடனும்'
வீடு வந்ததும் புகார்க்கடிதம்: 'அம்பது ரூவாக்
கொடுத்துட்டு அப்பா குடும்பக்கத மொத்தம்
கேட்கராரும்மா'
இணையர் சொன்னார்: 'கேட்காத செவிகளால்
பூட்டிய இதயங்கள் தினந்தோறும் பலகோடி'

நண்பனின் வீடு

இன்னுமொரு தாய்மடி
கால்பட்ட முதல் மாடிவீடு
குடிசையிலிருந்தவனுக்கு முதல்
குளிரூட்டப்பட்ட அறை
உணவுடன் சேர்த்து அன்பும்
பரிமாறப்பட்ட இடம்
ஊர்க் கதையுடன் சற்று
கல்லூரிப் பாடமும்
பிறிதொரு நாளில்
தாத்தாவின் அடக்கத்துக்குப்

பணம் கேட்கையில்
பதில் வந்தது நண்பனின்
தந்தையிடம்:
'சுத்தமா இல்லப்பா'
அன்றுதான் உறைத்தது
திருப்பித்தர
திராணியற்றவனுக்கு
நீளும் கைகளும்
உள்சுருங்கும் உண்மை
நத்தையைப்போல

பெயரிலென்ன இருக்கிறது?

பெயரிலென்ன இருக்கிறது?
பெயரில்தானிருக்கிறது எல்லாம்
அம்மாவின் பெயர்
செல்லமாக 'சம்பு' ஆனது
அத்தைகளுக்கு
கனகாம்பரம் விற்றது
கையிலிருக்கும்வரையும்
சண்டையில்லா நாட்களிலும்
(வெகு குறைவு)
செல்லப் பெயர் சொல்லி
அழைத்திடுவாள் ஆயா
பார்க்கும் பலகையிலெல்லாம்
வாழ்கிறாள் அம்மா
செண்பகம் நகைக் கடை
செண்பகம் பாத்திரக்கடை
செண்பகம் சிட்பண்ட்ஸ்
'எத்தன தடவக் கத்தறது?'
உறுமல்தான் பெரும்பாலும்
அப்பா அழைத்து
இறுதிவரை கேட்டதில்லை
அம்மாவின் பெயரை

விரிசல்

ஏதோவொரு சொல்லில்தான்
ஆரம்பித்திருக்க வேண்டும்
சிறிய முளைப்பாகத்தான்
இருந்தது தொடக்கத்தில்
அழைப்புகள் அனைத்தும்
எடுக்கப்படாமலேயே இறந்து போகின்றன
முகம் பார்க்கும்போதும் தூரதேசத்தில்
யாரையோ புதிதாய்ப் பார்ப்பது போல சலனமின்றி
நகர்கிறார்கள்
மனசைக் கல்லாக்கி
வெறுப்பெனும் விஷத்தை
வாந்தி எடுக்கும் வரை
வலிந்து புகட்டுகிறார்கள்
குழந்தைகளுக்கும்
என் வீட்டிற்கு வந்துபோன பாதை
மறந்து போனது சிலகாலமாய்
சிறிதுசிறிதாய் வளர்ந்து விருட்சமாக
சுவருடைத்து நிற்கிறது இன்று
என்னவொன்று
இவர்கள்தான் சிலகாலத்திற்கு
முன்புவரை தங்களின்
தோளொட்டி நின்ற நண்பர்கள் மற்றும்
உறவுகள்
மரம் பிடுங்கிப் பூசலாம்
நிலைக்குமா இடிமழைக்கு ?

கறிக்கடை

தாமதமானதால்
நீண்ட காலத்திற்குப் பிறகு
நேரில் சென்றேன்
'ஒரு பெரிய ஆர்டர்'
'அவரும் இல்லை'
'ஆள வெச்சா ஒரு நாளைக்கு அறுநூறு'
'இருவது வருஷமாச்சு, ரத்தம் பழகிருச்சு'
கவச ஆடையுடன்
ஒரு சிற்பியின் லாவகத்துடன்
ஒரு பரோட்டா மாஸ்டரைப்போல
ஒரு அம்மி கொத்துவது போல
கறி தனித்தனித் துண்டுகளாய்
'கோழி முட்ட வக்கற சமயம்'
'தம்பி காலு தனியாக் கேட்டுச்சு'
வாடிக்கையாளர்களிடம்
உதிர்க்கும் செயற்கையில்லை
ஆன்மாவின் புன்னகை
அவருடையது
கறிக்கடைதான் அவருக்குக்
கோயில்

வெறுங்கழுத்து

தூக்கத்தில் புரளுகையில்
கண்ணாடிமுன் நிற்கையில்
குளிக்கையில்
கைகள் அனிச்சையாய்க்
கழுத்தை வருட
ஏதோவொன்று குறைகிறது
மழைநாளில் கணநேரம்
பளீரிடும் மின்னலாய்
சட்டென உறைக்கிறது
மூளைக்கு
இணையரின் நெழிமோதிரமும்
பாப்பாவின் தோடும்
கழுத்துச் சங்கிலியுடன்
பாரத வங்கியில்
இப்போது வெறும்கழுத்து
பழகிப் போகிறது
தங்களின் கைகளுக்கு
மனசுக்கும் தான்

செண்பகமரம்

வான் தொடும் உயரம்
கர்வத்துடன் மற்றவை நோக்கி
தலைகுனிந்து சிரிக்கும்
வளரும் கவனத்தில்
பூவை மறந்தது
கடைசித் தருணமறிந்து
கேட்டது என்னிடம்:
'பூ வைக்கலன்னுதான வெட்டற?'
'ஏன் இப்படியெல்லாம் பேசுற?'
திருப்பிக் கேட்டபடி
விழி துடைத்து வீட்டில்
நுழைந்தேன்
எப்படிச் சொல்வேன் அதுவும்
ஒரு காரணம் என்று?

கோவில் யானை

'டிங் டாங் டிங்'
'கோவில் யானை வருகுது'
'கொழந்தகளே வாருங்கள்;
ஆலயம் வராமல்
அடம் பிடிக்கும் யானையை
என்ன செய்வதெனத் தெரியாமல்
திகைக்கிறான் யானைப் பாகன்

பாட்டிகளில்லா உலகு

‘எலே கண்ணு’
எங்கு பார்த்தாலும்
கையிலிருக்கும் காசுக்குப் பேரம்
பேசிப் பை நிறைய காயும்
திண்பண்டமும் வாங்கித் தருவாள்
இணையரின் பாட்டி முத்தம்மா
ஆசை ஆசையாய் ஊத்தப்பம்
ஊற்றித் தருவாள்
பொன்னம்மா பாட்டி
பார்க்கும்போதெல்லாம்
‘மைசூரு மகராஜா’ எனச் சொல்லி
நெட்டிமுறிப்பாள் செல்லம்மா
‘ரசிக்கும் சீமானே’ கொஞ்சுவாள்
உண்ணாமலை பாட்டி
‘பாப்பாவுக்கு நூறு பவுனு
போடுவியா?’ கல்யாணக் கதை
பேசும் வள்ளி பாட்டி
பாட்டி சொன்ன கதைகள்
இணையரிடம் படிக்கச் சொல்லி
கேட்டபின் தான் தூங்குகிறான்
யாருமேயில்லாத விக்கி

யாசகப் பாட்டி

கண்கள் தேடின
கோவில் வாசலில்
கருத்த முகம்
ஒடிசல் உடல்
கருப்பும் வெளுப்பும்
கலந்த கேசம்
கைதான் திருவோடு
கொடுக்கும் பிஸ்கட்டில்
நாய்க்கும் ஒன்று போகும்
குட்டியைப் பெற்றதுடன்
சேர்த்து வைத்த கருணைத் தாய்
கொடுப்பது அனைவருக்கும்
சமமாகச் சென்று சேரும்
இன்று அவரிடத்தில்
வேறொருவர்
வாஞ்சையுடன் வரவேற்கும்
குரலின்று இல்லை
மற்றொருவர் சொன்னார்:
'மொடாக்குடி தினமும்'
'பால்தெளிச்சிப் பத்து
நாளாச்சி'
கணவன் கைவிட்டானோ
பிள்ளைகள் கைவிட்டனரோ
தன்னையே கைவிட்டவரை
இப்போது கடவுளும்
கைவிட்டார்

இப்படிக்கு, வாழ்க்கை

சிட்டாள் வேலையிடையே
தன் குடிசையிலிருந்து
வீடியோ காலில்
பார்த்த மகள் சொன்னாள்:
'இந்த சீல வேணாம்,
நல்லா கர வச்சுப்
பட்டு சீலதான் வேணும்'
கல்லூரியில் கழிப்பறையை
கூட்டச்சொன்னவன்
வீட்டிலில்லை கழிப்பறை
பள்ளியிறுதியில் பயிலும்
சற்றே பெரிய குழந்தையை
அறிமுகம் செய்தான்
பத்தாவது பெயிலான
எலக்ட்ரீசியன் குமார்:
'என்னோட லவ்வரு,
படிச்சவுடனேக் கல்யாணம்
ரெண்டு வூட்டுக்கும் தெரியும்'

யாருமே கேட்கவில்லை

வயிற்று வலியால்
மண்ணெண்ணையில்
குளித்த பத்மாஅத்தை படிக்க
விரும்பியது ஆசிரியர் பயிற்சி
'பொட்டப்புள்ளைக்கு எதுக்குக்
கட்டடப் படிப்பு?' அம்மாவால்
இணையருக்கு
வாய்த்தது பொருளாதாரம்
'ஒன்பதாவது படிச்சப்
பொண்ணக் கல்யாணம்
பண்ணி வெச்சுட்டாங்க'
ஆதங்கப்பட்ட அம்மா
'தொடர்ந்திருந்தால்
என்னவாகியிருப்பாய்?'
அம்மாவும் சொன்னதில்லை
யாருமே கேட்கவில்லை
கடைசி வரை

காலப் பயணம்

'பாப்பா, இத எப்ப சாப்பிடுவ?'
'இத இன்னக்கி '
'இத நேத்திக்குக் காலையில்'
திடீர்ப் பயணத்தில்
வழிதெரியாமல்
கடிகாரத்தின் சின்னமுள்
நேற்றுக்கு நகர முயன்று
நின்றுபோனது அங்கேயே

கருணையற்ற கடவுள்

சின்னக் குழந்தை
சற்றே பெரிய குழந்தையிடம்
சொன்னது:
‘அம்மா சொன்னாங்க:
கொஞ்ச நாளுல நானும்
ஒங்கள மாதிரியே
சேல கட்டி
நெறய நகை போட்டு
நெறய இனிப்பு சாப்புடுவன்
அந்த ரூம்ல
பெரிய குழந்தையுடன்
இப்போது சின்னதுக்கும்
சேர்த்து அழுகிறேன் நான்

பெண்களால் வழியும் பேருந்து

பெண்களால் வழிகிறது பேருந்துகள்
ஆண்கள் இடமின்றித்
திணறுகின்றனர்
வாய்விட்டு சிரிக்கிறார்கள்
கோபப்படுகிறார்கள்
ஆண் தோழர்களுடன் பேசுகிறார்கள்
பிடித்த பாடலைக்
கேட்கிறார்கள்
மல்லிகையும் கனகாம்பரமும்
நாசியைத் துளைக்கிறது
சமையலறை சாளரத்தில்
எதிர்வீட்டு சுவர் மட்டுமே தெரிய
பேருந்தின் சாளரமோ
உலகையே காட்டுகிறது
தளைகள் ஏதுமின்றி
பேருந்தே பறக்கிறது
நடத்துனர் கேட்டார்:
'கட்டணம் இல்லை
பயணச் சீட்டு மட்டும்
எங்க போறீங்க?'
பெண்மணி கேட்டார்:
'இந்த பஸ் எங்க போகுது?'

நடுவுளவன்

தறிகெட்டுப் போனாலும்
தலைச்சம்புள்ள
ஊர் சுற்றியானாலும்
கடைக்குட்டி
இணையரிடம் சொல்வார் அம்மா:
'இவன யாருக்குமே தெரியாது'
'ரெண்டே பசங்கன்னுதான்
நினைச்சாங்க'
இவனுக்குப் பிடித்தது
எவருக்கும் தெரியாது
மேலும் சொல்வாள் அம்மா:
'அண்ணன் இருந்தாப் போதும்'
'நீங்க எங்க வேணாப்போங்க'
அண்ணன் பாட்டி செல்லம்
தம்பி அம்மா செல்லம்
இவனுக்குத் தான் யாருமில்லை
பேரனைத் திட்டினாலும்
இழுக்காமல் விடமாட்டாள்
'அப்பன மாதிரியே'
'கட்டயா, குட்டயா'
இருந்து பார்த்தால் தான்
இருப்பின் வலி தெரியும்
மேலயும் போகாம
கீழேயும் விழாமல்
நடுப்பட்ட வாழ்வு
நடுவுளவனுக்கு

உத்தரவு

பட்டுத்துணியை
பட்டென விசிறினார்
'ஒரு சீட்டு எடு'
'வெள்ள வந்திருக்கு, சிறப்பு;
'இன்னொன்னு எடு'
'செவப்பு வந்திருக்கு,
எடுத்த காரியம் முடியும்;
'அய்யா, வண்டி ஒன்னு வாங்கறன்'
'அம்மா சொல்லிட்டா, தாராளமாச் செய்யி'
'ஒரு இரவது ரூவா வையி'
நம்பிக்கை தானே எல்லாம்
பாரத்தை இறக்கி விட்டு
லேசாக நடக்கிறார்
முண்டாசு கட்டிய பெரியவர்

செவுடிக்கடை

படித்த நேரத்தை விட
டீக்குடித்த நேரம் அதிகம்
கணக்கு வைத்துப் பரோட்டா
கையில் காசிருப்பின் பில்டர்
இல்லையெனில் கணேசன்
அம்மா கொடுக்கும் பத்தில்
பட்டினியால் புத்தகமாகும்
வாயால் வூடுகட்டும்
செல்வத்தைப் பிடிக்காதவர்
எவருமில்லை எங்களுடன்
'நேத்துதான் சேர்மன் பேசுனாரு
பெருசா ஓட்டல் கட்டுன்னாரு
நாந்தான் வேனான்னுட்டன்'
காலையிலேயே தள்ளாடும்
அவன் கால்கள்
கன்னத்தில் அறைந்ததால்
அவன் மனைவி
பெயர் மாறிச் செவுடியானாள்
காலையில் வயிற்றுக்கும்

இரவானால் உடலுக்கும்
பசி தணித்தாள்
வண்டிகளுக்கு தினந்தோறும்
மழையடித்த ஒரு நாளில்
ஒண்டிய எங்களுக்கு
பாடமெடுத்தாள் என்றைக்கும்
'கடன வுடன வாங்கிப் படிக்க
அனுப்புன பெத்தவங்கள
என்னைக்கும் மறக்காம
படிப்பு மட்டும் பாருங்க'
வீங்கிய கன்னமும்
சிவந்த விழிகளும்
வலிகளை விழுங்கிய
புன்னகையுடன்
வலம் வருவாள்
நினைத்திருந்தால்
நொடிப்பொழுதில்
வடக்கில் வசதியாக
காலாட்டி அமர்ந்திருக்கலாம்
இருப்பினும் இன்றும் கூட
தேநீர்ப்பாத்திரம் தேய்த்துப்
பையனுக்கு பொங்கிப்போடுவதால்
தெய்வமாய் நின்றிட்டாள்
என்றுமவள் என்மனதில்

பாதி ஓட்டம்

பலூன் வைத்து பாதை
சரியானது நண்பனுக்கு
நண்பனின் நண்பனுக்கு
சிறுநீரகச் செயல்பாடு
இயந்திரத்தில்
எதிர் வீட்டு மருத்துவருக்கு
இன்சுலின் இல்லாமல்
உடல் நடுங்கும்
மற்றொரு நண்பன்
கெட்ட கொழுப்பு குறைக்க
மாற்று மருந்து தேடுகிறான்
பாதி ஓட்டத்தில் அனைவருக்கும்
மூச்சிரைக்க நுரை தள்ளும்
முக்கால் ஓட்டத்திற்கு
மூச்சு இருக்குமா என்
தலைமுறைக்கு
கைப்பிடிக்குள் இருக்கும்
இக்கணமே நிரந்தரம்

பூரணம்

அலைகளெல்லாம்
கடல் தானே?
மணல்களெல்லாம்
பாறைதானே?
கிளைகளெல்லாம்
மரங்கள் தானே?
வீழும் துளியெல்லாம்
மழை தானே?
சப்தமெல்லாம்
இடிதானே?
வெளிச்சமெல்லாம்
மின்னல் தானே?
கோள்களெல்லாம்
பிரபஞ்சம் தானே?
நாதன் உள்ளிருந்தால்
நாமெல்லாம்
கடவுள் தானே?

வளர் பருவம்

மீசை வெட்டும் கத்திரி
முடிவெட்டியாகும்
முகம் மழிக்கும் சவரக்கத்தி
கிருதா குறைக்க உதவும்
குழாய்த் தண்ணீர்
காலணி மெருகூட்ட
மதிய உணவுக் காய்கறிகள்
மாலையில் திரும்ப வரும்
காலையில் கடைசி நிமிடத்தில்
பேருந்துக்கு ஓடுகிறான்
தினந்தோறும் தவறாமல்
பலமுறை அழைத்தும்
மறுமொழி ஏதுமின்றி
திரும்பிப் பார்க்க
காதில் கருவியுடன்
வேறொரு உலகில் அவன்
'தூக்கம் வரல,
அப்பா, கதை சொல்லுங்க'
கெஞ்சிய படி
அடம் பிடிக்கும்
என் தங்கப்பையன்
என்றேனும் கிடைப்பானா
மீண்டுமெனக்கு?

அபிஷேகம்

தண்ணீர் வரவில்லை
அபிஷேகம் தாமதம்
'எங்க போய்ட்டார் குருக்கள்?'
'வாகன பூஜை, கோவில் வெளியே'
இன்னும் குளிக்காமல்
அம்போவென
கருவறையில்
மூலவர்

ஏதேனும் ஒரு கை

கயிறு இழுக்க
பூந்தொட்டி சரிய
கணினிப்பை நனைந்தது
இணையர் சொன்னார்:
'கயிற இழுக்கக்கூடாது,
என் கைபுடிச்சி
படி ஏறுற மாதிரிதான்
கொடியும்
நம்பிக்கையுடன்
கைநீட்ட
பற்றிக் கொள்ள
ஏதேனும் ஒரு கை
எப்போதும் இருக்கிறது

குழந்தைமை

‘பொய்யி, பொய்யி’
‘டூக் கா’
‘வேணான்னா, வேணாம்;
‘வேணாய்’
‘அடிச்சிடுவன்’
கற்றதெல்லாம்
மறந்து விட்டு
புதிதாய்க் கற்கிறேன்
கடவுளின் மொழியை

நெகிழிப்பையை நழுவ விடுபவன்

மூத்திரப்பை வெடிக்க
சுவரோரம் ஒதுங்கும்போதும்
மகிழுந்தில் செல்கையில்
கைகழுவும்போதும்
தவிர்க்கவே முடியாமல்
ஜன்னல்வழி துப்பும்போதும்
நெகிழிப்பையை மெதுவாக
கைநழுவ விடும்போதும்
பயணச்சீட்டு தொலைத்தபின்
காலடியில் பொறுக்கி கைநீட்டும்போதும்
பிறர்போட்ட கைக்குட்டையை
அகற்றிவிட்டு அமரும்போதும்
ஓயாத வசவுகளில் செவிப்பறை கிழிகிறது
அவசரம் என்றுரைப்பின் கேட்பதற்குத் தயாரில்லை
வாயடைக்க இன்னும் வழியேதும் தெரியவில்லை
உள்ளிருக்கும் அவனால் உறக்கமும் வருவதில்லை

பாடகர்

'ஆயிரம் தாமரை மொட்டுக்களே'
'இன்னக்கிக் கூட்ட மேயில்ல'
அவருடன் ஊன்றுகோலும் அமர்ந்தது பக்கத்து
இருக்கையில்
காதால் பார்த்தவர் கேட்டார்
'எங்க இறங்கறங்கிங்க'
பாடல் வழிந்தோடி பெட்டி நிரம்பிட
வண்டியுடன் மனமோ பின்னோக்கி நகர்ந்தது
எனது ராஜசபைக்கு வாய்த்தது தனிக்கச்சேரி
மூன்றாம் காலுடன் இறங்கிச் சென்று விட
பாடல் மட்டும் என்னோடு பயணித்தது

ஒட்டுப் போட்ட வாழ்க்கை

'வாடா, மலக்காட்டான்'
என்பார் ஜெகன் மாமா
எப்போதும் சிவந்த கண்கள்
தூங்கவே தினமும் ஏங்கும்
அவர் வளர்த்த முயல்களுக்கு கேரட் கொடுப்பது
பெரும்கனவு அந்நாளில்
அளவும் தையலும் அட்சர சுத்தம்
அளவெடுத்து அவர் சொல்ல
குறிப்பது பெரும் பரிசு
பண்டிகை நாட்களில் அனைவருக்கும் தைக்குமவர்
அம்மாவுக்கு தைத்ததாய்
இன்றுவரை ஞாபகம் இல்லை
மிதித்து மிதித்து காய்த்த கால்கள்
சர்க்கரையில் ஒருநாள் ஓய
கற்றுக்கொண்ட கர்ணன்
கண்ணெதிரே முதலாளியானான்
மூத்தவள் வாழ்க்கையை
மூன்றுதரம் கிணற்றுள் தேட

உடம்பு வளர்த்த பெரியவன்
தொழில் கற்க மறந்து போனான்
திருமணபாரத்தைத் தாங்காத இளையவன்
இறைவனடிக்கு விரைவில் போய்ச்சேர
சர்க்கரையில் கால்வீங்கி பெரியவன் வீட்டில் முடங்க
கிழிசலான வாழ்வை சாக்கு தைத்து
ஒட்டுகிறாள் அவன் மனைவி
நமக்கோ இருதோளிலும் நுகத்தடி
நுரைதள்ளும் தினந்தோறும்
பார்க்க வந்த உங்களுக்கு ரகசியமாய்
ஒரு ஐநூறை கையில் வைத்தழுத்தி
'உடம்ப பார்த்துங்க அத்தை'
என்பதைத் தவிர வேறென்ன செய்ய முடியும்
இந்த பாழாய்ப்போன வாழ்வில்?

உறைதல்

பல யுகங்கள் கழித்து
பக்கத்தில் நீ
சுண்டுவிரல் நகத்தின் நுனி
தவறியும் பட்டுவிடுப்போகிறது
உறைந்திருக்கிறேன்
உடைந்துவிடப்போகிறேன்
சுக்குநூறாக

ஒதுங்குதல்

அனைவரும் ஒரு திசையில்
ஒருவர் மட்டும் எதிர்திசையில்
அவர் வந்த வேகத்தில்
மோதலைத் தவிர்த்திட
கவனமாய் ஒதுங்கி வழிவிட்டேன்
ஒதுங்கி வழிவிடத்தான்
தேவைப் படுகிறது
இக்காலையின் மொத்த ஆற்றலும்

அழைப்பு

நண்பரின் விழாவில் பார்த்தபின்
அழைத்தீர்கள் 'வீட்டுக்கு வாங்க'
உள்ளத்திலிருந்து வரவில்லை
உதட்டிலிருந்தென்று இருவருக்கும் தெரியும்
தங்களின் தராசுமுள் மாறக்கூடியது
திருமண அழைப்பு தட்டுபோல
சிலருக்கு வெள்ளியில்
நண்பரை திரைப்பட வளாகத்தில்
கண்டால் கேட்பதுபோல
'என்ன படம் பார்க்கவா?'
நான் சொன்னேன்:
'நிச்சயமாக வருகிறேன்'

பிரச்சினை

பிரச்சினையைத் தீர்க்க
பிரச்சினை பற்றிப்பேசப்போக
அதுவே ஒரு பிரச்சினையாக
இப்போது இவ்விரண்டு
பிரச்சினைகளை எவ்வாறு
தீர்ப்பது என்பதுதான்
தற்போதைய பிரச்சினை

மறுபிறவி

அழுத்தினால்
நூற்றிநாற்பது
பத்தே நிமிடத்தில்
பழகிவிடும்
எந்த ஒரு வாகனமும்
வந்தவை திரும்பவும்
வந்ததில்லை
அவன் தவறால்...
சத்தத்தை வைத்தே
பிரச்சினையைக்
கணித்திடுவான்
பிறிதொரு நாளில்
விதியின் கரங்கள்
வீசியடிக்க
தலையில் அடிபட்டு
சாகக்கிடந்தவன்
அவசர சிகிச்சைப் பிரிவில்
அசைவின்றிக் கிடந்தவன்
ஐந்தாம் மாதமே
கடைதிறந்து விட்டான்
உள்ளுக்குள் பொங்கி

வெடித்த அழுகையில்
கண்ணீர் வழிய
இயந்திரங்களை
ஒவ்வொன்றாக
மீண்டும் மீண்டும்
தொட்டுத் துடைப்பவனிடம்
எப்படிச் சொல்ல முடியும்
வேலை தேடு என்றோ,
தொழிலை மாற்று என்றோ?

*அ*டுத்தது எப்போது?
அட்டைப் பெட்டியில்
அம்மன்

குடிசை கலைத்தவுடன்
கண்ணாமூச்சி ஆடப்போனாள்
பெரிய மனுஷி

வேடிக்கை மனிதரைப் போலே
வேட்டியை மடித்துக் கட்டி
தண்ணீரில் நடந்து
புகைப்படம் எடுத்துக் கொள்வார்
புன்னகையுடன்
பொங்கலுக்கு வேட்டிசட்டை
வழங்கி நிற்பார்
சாலையோர கடையில்
டீ குடிப்பார்
குடிசைக்குள் சமபந்தி
போஜனம் உண்டிடுவார்
குழந்தைகளுக்கு
பெயர் வைப்பார்
கிழவிகளை
அணைத்திடுவார்
வராத திட்டங்களுக்கு
கல் நடுவார்
எங்கோ நடக்கும்
போராட்டத்திற்கு
பதாகை ஏந்திடுவார்

சுடுகாட்டிலும்
சுரண்டிடுவார்
குடிக்க வைத்து
குடிகெடுப்பார்
மணல் அள்ளி
மாடி வீடு கட்டிடுவார்
தேர்தல் வந்தால் மட்டும்
உங்கள் தெருவிலே
திரிந்திடுவார்
போலி வாக்குறுதியில்
பலகாலம் ஓட்டிடுவார்
காலங்கள் மாறினாலும்
காட்சிகள் மாறவில்லை
இந்த வேடிக்கை மனிதரைப் போலே
இப்பாரினுள்
வேறெங்கும் உண்டோ

பொதி

சுமக்கும் பொதியில்
சிறியதென்ன பெரியதென்ன
நுரைதள்ளி கால்மடங்கி
கீழ்விழும்வரை
சுமப்பது சிலருக்கே
வாய்க்கும்
கீழிறக்கி வைத்தபின்னும்
கையிலிருந்த படியே
கனக்கிறது
காய்கறிப்பை

நீலநிற சீருடை அணிந்தவர்

ஆளு படை அம்பு
தண்ணி பாய்ச்ச
நாற்றுநட களையெடுக்க
அறுவடைக்கென
கிழங்கு பிடுங்கும் நாளில்
பெருநகர நெரிசலாய்
அடுத்த காடுவரை
நீண்டிருக்கும் வண்டிகள்
கலைந்துபோன மேகமாக
அதிகாலைக் கனவாக
அத்தனையையும் அழித்தது
மாயக்கரமொன்று
பித்தக்கற்களால் அடிவயிறு பிடித்தபடி
அமர்ந்திருந்தவர்
வண்டி சத்தத்தில்
திடுக்கிட்டு எழுந்து
கதவு மூடி நின்றபோது
கைகளில் விழுந்தது பத்து ரூபாய்த்தாள்
ஒரு வினாடி தயங்கிப்பின்

கும்பிட்டு வாங்கிக் கொண்டன
படியளந்த கரங்கள்
நடுங்கியபடி இருக்கும்
மரத்துப்போன கால்களுடன்
நீரில் நனைத்த கைக்குட்டையை
தலையில் துடைத்தபடி
வெயிலை வெறித்தபடியிருந்தவர்
குரல் வந்த திசைநோக்கி
ஓடினார் பள்ளி மாணவராக
வாழ்ந்து கெட்டவர்கள்
நடைப் பிணங்கள்
சாவென்பது தினசரிக் காலண்டரில்
ஒரு தாள் கிழிப்பது போல

மாயச் சுழல்

விடுமுறைக்குச் சென்றவனின் உயிரை
விழுங்கி விட்டது கடல்
ராட்சத அலையொன்று
அவன் உயிர் குடித்து
உடலைத் துப்பிவிட்டது
ஐம்பது கடந்தமைக்கு தொடங்கிய வாழ்த்துப்பா
இரங்கற்பாவானாது
முழுக்கிணறு தாண்ட திட்டமிட்டு
அரைக் கிணற்றில் கால்தவறி
வீழ்ந்து விட்டான்
எல்லாம் துல்லியமாய் கணக்கிட்டவன்
காலனைக் கணக்கில் சேர்க்கவில்லை
ஓங்கி எரிந்ததொரு திரியை
யாரோ ஊதி அணைத்து விட்டார்
திரும்ப முடியாத ஊருக்கு
சொல்லாமல் சென்று விட்டான்
வாழ்வில் சில கேள்விகளுக்கு
விடையேதுமில்லை

கல்யாணச் சாவு

'காலயில ஒரு முப்பது இட்லி,
தோசை ஒரு பத்து'
'கரச்சவுடனே பக்கத்துல சரவணபவன்'
'கறிவிருந்துக்கு மூணும் போட்டுருங்க'
வந்தவர் சொன்னார்: 'கோழிக் கறிதான் கொஞ்சம் முத்தல்'
மற்றொருவர்:
'அவருக்கென்ன, மகனுக்குச் சொத்து சேர்த்தாச்சு,
பேரன் எடுத்தாச்சி'
பசியோ காமமோ எல்லா நெருப்பிலும்
மனுஷனுக்கு குகை ஞாபகம்
நல்லவேளை படுக்கையில்
இழுக்காமல் பொட்டென்று போனதுயிர்

மறதி

நீர் தெளித்து வாசலை
சுத்தம் செய்கிறான்
தினந்தோறும்
கைவிட்ட கடவுளர்களுக்கு
கற்பூரம் காட்டுகிறான்
தினந்தோறும்
சுழலும் நாற்காலியில்
சற்று நேரம் அமர்ந்திருந்து
பூட்டிவிட்டு வந்து விடுகிறான்
தினந்தோறும்
இத்தனையும் செய்தவன்
வசதியாக மறந்து விட்டான்
துள்ளத் துடிக்க
அத்தனை சரக்கும்
அடிமாட்டு விலைக்கு
கைமாறிப் போனதும்
முதலாளி எனும் ஒப்பனை
கலைந்து போய்
வருடம் ஆகிறது
என்பதையும்

இட்டு நிரப்புதல்

பெருமாள் கோவிலில்
கத்துகிற காகத்திற்கு
நண்பன் பழனியின் குரல்
அருகில் வர அனுமதிக்கும்
சிட்டுக்குருவிக்கு
அம்மாவின் சாயல்
துள்ளத்துடிக்க விற்றுவிட்டு வந்த
தோட்டத்து வீட்டில்
ஓடிமறைந்த கருநாகம்
அப்பாவாகவும் இருக்கலாம்
காகத்திற்கு வைக்கும் சாதத்தை
தின்ன வரும் அணிலுக்கு
தாத்தாவாக இருக்குமோ?
இப்படித்தான்
இல்லாதவர்களின் தீராப் பள்ளத்தை
இட்டுநிரப்ப முயற்சிக்கிறேன்

இலவசப் பேருந்து

நிழற்குடை இல்லா நிறுத்தத்தில்
மணிக்கொருதரம் முகம் காட்டும் பேருந்தில்
திணித்தபின்
கம்பியில் தொங்கிய எனது இடதுகால்ப் பெருவிரலில்
நெடுநேரம் நின்றபடி நரை தரித்த முதிர்
பாட்டி
இடைஞ்சல் ஏதுமின்றி இலவசம் ஏது?

அடகு

டோக்கன் எடுப்பது எப்படி
என யாரோ கேட்டுக் கொண்டிருக்க
சலான் எழுதப் பாடம் ஒருபுறம்
வானம் பொய்த்துப் போக
நகை வைத்து பயிர்க்கடன் வாங்கிய பெரியவர்
தலையில்
கைவைத்தபடி மூலையில்
காசாளர் தன் அரியாசனத்திலிருந்தபடி
‘ஒன்னும் கட்டத்தேவையில்லை, ஒரு மணிக்கு வாங்க’
என்றார்
தெரிந்த முகம் தென்படக்கூடாதென
பிராத்தனையையும் மீறி
‘என்ன சார், நகைக்கடனா?’
என்றதொரு பழகிய குரல்
மய்யமாய்ப் புன்னகைத்து
தன்மானத்தையும் நகையுடன் சேர்த்து வைத்தபின்
திரும்பிப் பாராமல் வீடுவந்து சேர்ந்தேன்

நாய் போலும் வாழ்க்கை

எதிர்வீட்டுக்காரர்
காலால் எத்த
பக்கத்து வீட்டுப்பையன்
கல்லால் அடிக்க
மருத்துவர் வீட்டுக் காவலாளி
குச்சியால் விரட்ட
புதிதாக வந்த நாய்
வெறியுடன் துரத்த
கையாலாகாமல்
ஊளையிட்டு
வாலைச்சுருட்டி
வண்டியடியில்
படுத்துறங்கும்
நடைப்பிணமாய்
வீடில்லா நாய்க்குட்டி

ஆறாத ரணம்

அன்றுதான் பார்த்தேன் அப்பா
சிம்மாசனம் தவறி தரையில் விழுந்த கிழராஜா
போலிருந்தீர்கள்
நரையோடிய முடிகள் தாண்டி முகம் சிவந்ததைப்
பார்த்தேன்
வலதுகை சற்றே நடுங்கியது உங்களுக்கே தெரிந்திருக்கும்
'யாருக்கிட்ட என்னடா பேசற' என்றாள் அம்மா
அத்தனைக்கும் மத்தியில் என்னைப்பார்த்து
சொன்னீர்கள்: 'ரொம்ப சத்தமா பேசாதடா
உடம்புக்கு ஆகாது'
தனியே அகப்பட்ட கிழட்டு மானை
கிழித்துண்பதுபோல் வார்த்தைகள் வந்து விழுந்தது
என்னிடமிருந்து
இணையர் உள்ளே இழுத்துச் செல்ல தலைதொங்க
அமர்ந்திருப்பதை முதன்முதலாய்ப் பார்த்தேன் அப்பா
நான் எறிந்த அம்புகளெல்லாம்
எனக்கே படுக்கையாய் தினந்தோறும் இரவில்
கைநீட்டி அன்றென்னை அடித்திருக்கலாம் அப்பா
ரணம் கொஞ்சம் ஆறியிருக்கும்

ஆடம்பரம்

சாணி மெழுகிய
செம்மண் தரையில்
கோரப்பாய் விரித்து உறங்கியவன்
இலவம்பஞ்சு மெத்தையில்
முதன் முதலில் படுக்கையில்
புரண்டு புரண்டு படுத்த இரவுடன்
தூக்கமும் கொட்டக்கொட்ட
விழித்திருந்து அவனையே
பார்த்தபடி

அப்பாவின் சைக்கிள்

அகிலம் சுமப்பவன்தான் அப்பாவுக்குப் பிடிக்கும்
சைக்கிளில் பள்ளிக்கு அப்பாவுடன் வருவது
தனிவிமானத்திற்கும் ஈடாகாது
எண்ணெய் ஊற்றுவது அண்ணன்
துடைப்பது எங்கள் பணி
பஞ்சர் ஒட்டிய அண்ணன்
எங்களுக்கு விஞ்ஞானி
புதுசீட்டும் மணியும் பட்டையும் குங்குமமும்
ஆயுதபூஜையும் தீபாவளிதான்
குரங்குபெடல் முடித்து சீட்டுக்கு வந்தவுடன்
பறவையாய் மாறி லாரியில் மோதியதும்
நடந்ததெனக்கு ('சாவறதுக்கு என் வண்டியா கெடச்சது)
நிறுத்தத்திலிருந்து வீட்டுக்கு வந்தவர் அலுவலகத்திற்கும்
ஆரம்பித்தார் தினமும் பல மைல்கள்
மிதித்த கால்கள் ஓய்ந்த போதும்
பைகள் மாட்டி தள்ளி வருவார்
துள்ளத்துடிக்க தோட்டம் போனதும்
சைக்கிளும் போனது துருப்பேறி

தகப்பன் மனசு

குட்டிகளைத் தேடும்
தாய்ப் பூனையாய்
தவிக்கிறது மனசு
உள்ளுக்குள் பலமுறை
மூர்ச்சையாகிறேன் தயரதனாய்
கைபேசியெடுக்க ஒரு நிமிடம் தாமதமானாலும்
தூசி விழுந்த கண்களாய் துடித்துப் போகிறேன்
வார இறுதியில் வந்து போனாலும்
மீதி நாட்களைத்தான் எண்ணுகிறேன் தினமும்
வாசலில் கையசைத்து வழியனுப்பி வைத்தவன்
விடுதியறையில் விட்டு விட்டுத்தான் உறங்குகிறேன்
பள்ளிப் பேருந்து கண்ணை விட்டு
மறைந்த பின்பும்
வந்து விட மாட்டானா என்று
வாசலிலேயே நின்றுகொண்டிருக்கிறேன்
'விடுதி போதும்ப்பா, வீட்டுக்கு வந்துடு'
நான்கு வாரங்களாய்
மிக சத்தமாகச் சொல்கிறேன்
மனசுக்குள்

'பூனைக்குட்டி வேண்டுமா என்றேன்'
'வேணாம், சார் ' என்றவர் தொடர்ந்தார்
'இதுகளயே வளக்க முடியல, இதுல பூனைக வேறயா?'
புத்தகமே வாழ்நாளில் படிக்காதவர்கள் போல
பூனையைப் பிடிக்காதவர்
இருக்கத்தான் செய்கிறார்கள்

மழை பெய்யும் மாலை
குடை கொண்டு போனேன்
பேருந்திலிருந்து இறங்கியதும்
கோபத்துடன் கேட்டாள் மகள்:
'ஒங்கள யாரு வரச் சொன்னது?

நிழலைத் துரத்துபவள்

பிரகாரம் சுற்றுகையில்
நிழலை மிதித்துத்
துரத்தினாள் சிறுமி
பிடிகொடுக்காமல்
விலகி ஓடிய நிழலை
ஒரு கணத்தில்
தொடர்வதை நிறுத்தி விட்டாள்
நிழலைப் பிடித்து விட்டதாய்
நினைத்த சிலர்
பிறகு நிழலற்று வீழ்ந்தனர்
ஆயினும் அயராது
ஏதோவொரு நிழலை
நிஜமென்றெண்ணி
துரத்தியபடி ஓடுகிறோம்
தினந்தோறும்,
வாழ்நாள் முழுவதும்

அழுகிய பழங்கள்

மூணு ரோடு
காசு புடுங்கிறவன்
அஞ்சு ரோடு
நம்ப முடியாது
பெங்களூர் சாலை
செத்த பின்னும்
சிகிச்சையென
நாட்களை நகர்த்துபவன்
பொது மருத்துவமனையில்
வசதி ஏதுமில்லை
அவசர ஊர்திக்கும்
மருத்துவமனைக்கும்
தொடர்பாம்
யாருக்குத் தெரியும்
கூடையிலிருக்கும்
இத்தனைப் பழங்களில்
பொறுக்க நேரமில்லை
ஏதோ ஒன்று தான்
எப்போதும் வாய்க்கிறது

ஆட்டம்

அன்று நரிமுகத்தில்
விழித்திருந்தேன்
அன்றைய பயிற்சியில்
தென்னையிலிருந்து வீழும்
தேங்காய் போல
கீழே வந்த பந்தை
மூக்குக்குச் சேதாரமின்றி
பிடித்துவிட்டேன்
அணியின் சுவராக
ஆடிக் கொண்டிருந்த போது
அணித்தலைவர் உள்நுழைந்தார்
உத்தரவு பறந்தது உடனடியாக:
'அடிச்சி ஆடுங்க, இல்ல
அவுட்டாகிப் போயிருங்க'
அடுத்த ஐந்தாவது பந்தில்
ஆட்டமிழந்தேன்
ஆளில்லா சிற்றூரில்
நொடிப்பொழுதில் கடக்கும்
விரைவு வண்டியாக
நிதானமாக ஆடுபவர்கள்
ஒதுங்கி நின்று
வேடிக்கை பார்க்க
தடதடத்துக் கடக்கிறது
ஆட்டமும் அசுரவேகத்தில்

ஒரு தோற்றுப்போன விற்பனைப் பிரதிநிதியின் வாக்குமூலம்

காலையில் கலவிமுடித்து
கதவைத் திறந்தவன்
அறைந்து சாத்தினான்
எதையும் வாங்காமல்
அவமானத்தை டீயுடன் விழுங்கிப்
பின்னர் அடுத்த கதவு
கைகள் நடுநடுங்க
பெட்டி திறக்காமல்
'என்ன சார் பெட்டி திறக்கலயா?'
திறக்காமலேயே மூடிய மற்றொரு விற்பனை
எத்தனை காப்பிகள்
கேட்டது பிடிக்காது வந்தவர்
முகம் சுருங்க
உள்வாங்கிய காகிதம் வெளிவராமல்
முடிந்தது மற்றொன்று
கேள்விக்குப் பதில் மௌனமாய் நின்றதற்கு
கட்டபொம்மனின் சிரிப்பைத்
தண்டனையாய் வழங்கி
உள்ளேயே கொன்று போட்டார்
வெளிநாட்டு மேலாளர்
இணையர் சொல்வதுபோல்
எனக்குத்தான் எதையும்
விற்கத் தெரியவில்லை
விலைகொடுத்து வாங்கி
இலவசப்பிரசாதமாக
வினியோகிக்கும்
கவிதைத் தொகுப்பையும் சேர்த்து

மின்விசிறி

சூரியனும் கண்ணயரும்
பின் மதியவேளை
ஆயிரம் ஊசிகளுடன்
அறையெங்கும் வெக்கை
உடலெங்கும் வேர்வை மழை
தடதடக்கும் தண்டவாளமாய்
உள்ளறையில் ஓசையுடன் மின்விசிறி
நெருங்கிய கொலுசொலியில்
விதிர்விதிர்த்து எழுந்து பார்த்து
பக்கத்தில் மகளைக்கண்டு
அசடு வழிய சிரித்து
தலைகுனிந்து வெளிவந்தவனுக்கு
கடைசி வரை
நிமிர்ந்து பார்க்கத் தைரியமில்லை
பெரியம்மா மகள்
கூடத்தில் தொங்கிய
மின்விசிறியை மட்டும்

நதி தொலைந்த கதை

நதிக்கரையில் வசித்த
கடைசிப் பறவையும்
நதிநீர் தேடி
புலம் பெயர்ந்து போனது
பரிசலில் போனவர்கள்
இன்று கால்நடையாய்க்
கடக்கிறார்கள்
மணல்தரை மைதானத்தில்
சிறுவர்களின்
ஐந்து ஓவர் கிரிக்கெட்
தினந்தோறும் நடக்கிறது
கரையோரம் எறும்புகளாய்
சாரிசாரியாய்
மணற்கொள்ளை லாரிகள்
காணக்கிடைக்கிறது
நதிக்கரையில் நடக்கையில்
காற்றெங்கும் நதியின்
மரண ஓலம்
காதைச் செவிடாக்கும்
நதியுள்ளே தவமிருந்த
மீசை முனியப்பன்

தரிசனம் ஏதுமின்றி
தனியனாய் நிற்கிறான்
நதிக்கரை நாணல்களின்
அழுதகண்ணீர்
நதியிருந்த பள்ளத்தில்
குட்டையாய் தேங்கி நிற்கும்
நதியைக் கொன்றுவிட்டு
மனசாட்சி விற்றுவிட்டு
நாம் சொல்கிறோம்
'மணல்விலை ஏறிப்போச்சு!'

நகரும் சுடுகாடு

பால்யத்தில் அத்தை வீட்டிற்குச்
செல்லுகையில் பார்த்த
நதியல்ல இது
சாயக்கழிவு குடித்து
நிறம் மாறி உயிரற்ற
ஓடும் சாக்கடை
கையள்ளிப் பருகுகையில்
செத்து மிதக்கும் மீன்களின் நாற்றம்
தூர ரயிலேறி
இரண்டு நாட்கள் பயணித்து
திரிவேணி சங்கமத்தில்
முங்கிக் குளித்து
மேலெழுந்தால் காலிடரும்
மனித எலும்புக்கூடுகள்
நாட்டின் புனித நதிகளெல்லாம்
நகரும் சுடுகாடு

பிரசாதம்

நெளியும் சாரையாக
நண்பகலிலும் நீண்ட வரிசை
வெளிவருவோர்
முகங்களும் கைகளும்
நிறைந்திருக்க
லகானில்லாக் குதிரையாக
மூக்கு முளைத்த மனசு
பொங்கலா?
புளியோதரையா?

பழகாத மனசு

இனியுன்னை
பார்க்கவே முடியாது என்பதை
பழகிக்கொள்ள மறுக்கிறதின்னமும் இந்த
பாழாய்ப்போன மனசு

எனக்காக

காலையில் பூப்பறிக்கையில்
மல்லிகை சொன்னது:
'அந்த செம்பருத்தி அவ்வளவு தருது, என்னால முடியல'
மென்வருடலுடன் நான் சொன்னேன்,
எனக்கும் சேர்த்து:
'பருவங்களாலானது வருடம்,
சுழற்சியுடையது இவ்வாழ்க்கை,
உனது சருகே உனக்கு உரம்,
வாய்ப்புக்குக் காத்திருத்தலே
வாழ்க்கை!'

பழகிய முகம்

சுழல் நாற்காலியில் அமர்ந்து
துண்டு போர்த்தி
நீர் பீய்ச்சி
முடிவெட்டத் தொடங்கியபின்
அழுக்கும் அகங்காரமும்
காலடியில் விழுந்தது
இடைவெளியில் முகம் பார்க்க
நரைத்த முடியுடன்
பழகிய முகமொன்று
திடுக்கிட்டு கீழ் சரிய
'அய்யோ, அப்பாவின் முகம்'
முடிச்சாயம் முடிந்த பிறகுதான்
மீண்டும் முகம் பார்க்க
முடிந்தது என்னால்

கொய்யாச் செடி

பிரசவித்த தாயாய்
தளர்ந்திருக்கிறது
தன்னால் முடிந்தவரை
தந்துவிட்ட திருப்தியில்
பழுத்த இலைகளை உதிர்க்கிறது
கன்று ஈன்ற பசு
பசுந்தட்டை மேய்வதுபோல
நா வரள அடர் வனத்தில்
பாதை தவறியவன்
சுனை நீர் கண்டதும்
கைகளால் அள்ளி அள்ளி
அருந்துவது போல்
குடம் குடமாய் குடிக்கிறது

கடைசி பெஞ்ச்

பாப்பா, கணக்கு போட்டு பாக்கணும்
இல்ல, கடைசி பெஞ்சுதான் என்றேன் மகளிடம்
கடைசி பெஞ்ச் பத்தி ஒங்களுக்கு என்ன தெரியும்?
திண்பண்டம் சாப்பிடலாம்
அரட்டை அடிக்கலாம்
வாட்டர் பாட்டில முன்ன வெச்சு தூங்கலாம்
கண்ணத் தெறந்து கொண்டே தூங்கலாம்
பபிள்கம் சாப்பிடலாம்
மேட்டுப்பட்டி உயர்நிலைப் பள்ளியில்
செவ்வாபதி வாத்தியார் வகுப்பில்
காலையிலிருந்து
கடைசி பெஞ்ச்சில்தான் இருக்கிறேன் நானும்

அணிவகுப்பு

வார்த்தைப் பித்து
சொற்களின் குவியல்
சுடோகு விளையாட்டு
குறுக்கெழுத்து போட்டி
கவிதைக்குத் தான் படிமம்
ஊறுகாயே சோறானால்
உண்ண முடியுமா?
அமிர்தமும் அதிகமானால்
நஞ்சு தான் உடம்புக்கு
புண்ணாக்கு மட்டுமே போதாது பசுவுக்கு
புல்லும் வேண்டும்
வெறும் கற்குவியல் மட்டுமே
கட்டிடமாகுமா ?
உள்ளுக்குள் ஊறல் போட்டு
உணர்ச்சி மேலெழுந்து
உடைத்து மேல் வருவதே கவிதை
செய்வதற்கு கவிதையென்ன
சமையல் குறிப்பா?
பொழிப்புரையும் சேர்த்துக் கொடுங்கள்
புரிந்து கொள்ள உதவும்

பள்ளிப் பேருந்துக்காகக் காத்திருக்கையில்

புத்தகப் பையை கைமாற்றி
கதிரவனின் வீச்சில்
சற்றே இடம் மாறி நின்றேன்
'மரம் நகர்ந்தா, நிழலும் நகருமில்ல, ஒரே இடத்துல
நில்லுங்கப்பா'
என்றாள் மகள்

ஆறாம் வகுப்பு 'அ' பிரிவு

'இன்றிலிருந்து
இவர்தான் டீச்சர்'
ஆறாம் வகுப்பில்
ஆறுமுகம் சார் சொன்னார்
மல்லிகையுடன்
மகாலட்சுமி டீச்சர்
கண்கள் கூசியது
அத்தனை அழகுக்கு
ஆறாம் வகுப்பு
அ பிரிவில்
அனைவருக்கும் கர்வம்
அடிக்காமல்
கொஞ்சியதால்
அத்தனை பிரியமெனக்கு
ஆறாம் வகுப்பு முடிவில்
ஆற்றாமல் அழுதேன்
பிறிதொரு நாளில் டீச்சரைப் பார்த்தேன் ராமசாமி
சாருடன் பள்ளியின் கடைசி கட்டிடத்தில்
மரப்பெஞ்சுக்கடியில் மதிய உணவு வேளையில்
ஆண்டுகள் சென்ற பின்
வேலை நிமித்தமாக
வீதி வழியே செல்கையில்

*பார்த்தேன் கடாமீசை
கணவருடன்
வீட்டிற்கு அழைத்தார்
கொடுத்த தண்ணீரைப்
பருக எத்தனிக்கையில்
குடல் முறுக்கி
ஓங்கரிக்க
கீழ் வைத்து விட்டேன்
குடிக்க முடியாமல்*

பூப்போட்ட இளஞ்சிவப்பு காலணி அணிந்தவள்

கைதொட்டுக் கும்பிட்டு ஆண்கள் அமர
உள்ளறையில் கட்டிக்கொண்டு அழுதபடி பெண்கள்
கற்குவியலாய் வாசலெங்கும் காலணிகள்
பள்ளிப் பிள்ளைகளாய் குறுகிய சந்தின் இருபுறமும்
நெகிலி நாற்காலிகள்
மின்கம்பத்தில் சிட்டுக்குருவிகள் ஏதுமறியாக்
குழந்தைகளாய் ஓடியாட
'சம்பந்தி சோறு, கை நனைக்கனும் ஒரு வாயாவது'
என்றபடி வந்தவர்களிடம் யாரோ சொல்லிக்
கொண்டிருக்க
சாம்பல் சொம்புடன் சாங்கிய அய்யர் சைக்கிளில்
கிணறு நோக்கிச் செல்ல
'சாங்கியம் எழுந்து வாங்க' என்றதும் சூப்பிய
பனம்பழமாய் அமர்ந்திருக்கும் தந்தையின்
கைகள் பற்றி அம்மாவென அரற்றியபடி நடக்கும்
இருபிள்ளைகளுக்கும் கண்முன்னே விரியும் முடிவிலிப்
பாதை
ஆயுள் முழுக்க குற்ற உணர்வைப் பரிசாய்க் கையளித்து
உத்திரத்தில் தொங்கியவளுக்கு எத்தனை சுயநலம்

ஒற்றைப் பார்வை

பல யுகங்கள் கழிந்த பின்
சந்தித்தோம்
நாக்குழற உளறினேன்
சாப்பாட்டு மேசையில்
சதக்கென்று அம்பு தைக்க
சட்டென்றுத் திரும்ப
இருவிழிகள் முழுசாயெனைத்
தின்று முடித்துப் பின்
நொடிப்பொழுதில் திசைமாறும்
எத்தனையெத்தனை யுகங்கள்
பித்து தலைக்கேறி பைத்தியமாய்
பொறைக்கு எச்சிலொழுக்கும்
சொறிபிடித்த தெருநாயென
எத்தனை நாட்கள்
இந்த ஒற்றைப் பார்வைக்காய்...

வலி

வெட்டியது மின்னல்
கூடு விட்டு சிறு பறவை
சில நிமிடங்கள் வெளிச்சென்று
பின் திரும்ப
பிளிறலில் அதிர்ந்தது
மருத்துவமனையின் சுவர்கள்
நரம்புகளைத் துளைத்துப்
சிவப்பு நதியுடன்
கலந்தது ரசாயனம்
பீறிடும் ஊற்றை உறிஞ்சிடும்
வெண் பஞ்சு
நேரத்திற்கொன்று
கலர் கலராய் குப்பைகள்
புகைய ஆரம்பித்து வெட்டிடும் மின்னல்
மீண்டுமொரு முறை
அம்மா…………!

பச்சை மை கையெழுத்து

மைத்துனன் உறவினர்
சொன்னார்
'பொண்ணு எப்படியாவது
பச்சை மையில கையெழுத்துப்
போடனும்'
இணையரின் பெரியப்பா
'பசங்கள பச்சை மையில
கையெழுத்துப் போடற வரைக்கும்
படிக்க வைச்சிடும்மா'
'அப்படி என்னதான் இருக்கிறது
பச்சை மையில்' நான் கேட்டேன்
'என்ன இருந்தாலும்
கவர்மெண்ட் காசு'
இணையரின் பதில்
எழுத்துத் தேர்வெல்லாம்
கண்ணாமூச்சி
போஸ்டிங்லாம் முடிவாகி
வாரம் ஆகுது
பத்து லகரமாம் கையூட்டு
கிம்பளமே மூணு மடங்கு
பென்ஷன் வேற
போட்டக் காச
புடிக்க வேணாமா?
நஷ்டத்துக்கு எவரேனும்
தொழில் செய்வார்களா என்ன?
மக்களே, பச்சை மைக்காக
படிக்க வையுங்கள்
பிள்ளைகளை

அப்பாவின் வேலை

அம்மா சொல்வாள்: 'ஆபிசருன்னு சொல்லிதான்
ஒங்கப்பாவக் கட்டுனாங்க'
வாழைத்தாரும் தேங்காயுமாய் காவிரியோடும்
மோகனூர் ஆசிர்வதித்தது அப்பாவை
இத்தனைதூரம் சைக்கிள் மிதிக்கிறானே
பச்சாதாபத்தில் பரிவுகாட்டியது பனமரத்துப்பட்டி
தனயனைப்போல் தலைகோதியது தலைவாசல்
அன்புகாட்டி நெருக்கமானது அயோத்தியாபட்டினம்
பலமுறை எழுப்பிடும் மேசையில் தூங்கிடும்
அப்பாவின் குறட்டை
இன்னா செய்தாரை குறள் சொல்லி மேலாளரை
மன்னித்து மாலையுடன் ஓய்வுபெற்றார் ஒருநாளில்
தம்பியின் பத்திரிகை போகாதது அலுவலகப்
பதிவேட்டில் பெயரில்லாதோருக்கு மட்டுமே
'அண்ணனுக்கு ஒங்க வேலை பார்க்கலாமே?'
காலத்தின் கசப்பையெல்லாம் விழுங்கியபடி
தலைகுனிந்து சொன்னார் அப்பா: 'விடியவிடிய
எழுதனும் அவமானம் அதிகம், என்னோட போகட்டும்
வேணாம்ப்பா அண்ணனுக்கு'